Being a Superhero
Pagiging Superhero

Liz Shmuilov
Illustrated by Mary K. Biswas

www.kidkiddos.com
Copyright ©2019 by KidKiddos Books Ltd.
support@kidkiddos.com

Translated from English by Roxanne Parco-Corro
Isinalin mula sa wikang Ingles ni Roxanne Parco-Corro
Tagalog Editing by Sharon Joy Prudente
Pag-edit ng Tagalog ni Sharon Joy Prudente

Library and Archives Canada Cataloguing in Publication
Being a Superhero (English Tagalog Bilingual Edition)/ Liz Shmuilov
ISBN: 978-1-5259-1949-7 paperback
ISBN: 978-1-5259-1950-3 hardcover
ISBN: 978-1-5259-1948-0 eBook

Please note that the Tagalog and English versions of the story have been written to be as close as possible. However, in some cases they differ in order to accommodate nuances and fluidity of each language.

Hi friends! My name is Maya. I am a lizard. I want to tell you a story about my best friend Ron the frog, who became a superhero.

Kumusta, mga kaibigan! Ako si Maya. Ako ay isang butiki. Nais kong ikuwento sa inyo ang tungkol sa aking matalik na kaibigang palaka, si Ron, na naging isang superhero.

One summer day, I was at Ron's house watching our favorite superhero show.

Isang araw sa panahon ng tag-init, ako ay nasa bahay nina Ron at nanonood ng aming paboritong palabas na superhero.

"You know," Ron said suddenly, "it would be cool to be a superhero. Then we would be able to help others!"

"Alam mo," sinabing bigla ni Ron, "maganda maging superhero. Sa gayon, makakatulong na tayo sa iba!"

"That's a great idea!" I replied, millions of thoughts racing through my mind. "I could be your coach and teach you all the things a superhero needs to know!"

"Magandang ideya 'yan!" sagot ko, milyon-milyong ideya ang tumatakbo sa isip ko. "Pwede akong maging tagapagsanay mo at ituturo ko sa 'yo lahat ng dapat malaman ng isang superhero!"

"I've watched a lot of movies. I can teach you," I added.

"Marami na akong napanood na mga pelikula. Pwede kitang turuan," dagdag ko.

As he heard this, a look of hope appeared on Ron's face.
Nang marinig niya ito, nagkaroon ng pag-asa sa mukha ni Ron.

"But every superhero needs a superpower," he said quietly.
"Ngunit bawat superhero ay kailangan ng superpower," tahimik niyang sinabi.

I thought for a moment. "Your superpower can be your talent in long jumps! Oh, and your sticky hands!"
Saglit akong napaisip. "Ang superpower mo ay maaaring ang 'yong talento sa mahabang pagtalon! Ah, at ang 'yong malagkit na mga kamay!"

"Yes!" Ron jumped with excitement.
"Tama!" napalundag sa sabik si Ron.

"Now we need a costume. Something everyone will recognize," I said.

"Ngayo'y kailangan natin ng kasuotan. 'Yong makikilala ng lahat," sabi ko.

Ron ran to his room and brought out a red shirt. "We can color a big star on this shirt!"

Tumakbo si Ron sa kanyang silid at kinuha ang isang pulang damit. "Pwede natin itong kulayan ng isang malaking bituin!"

"Great idea!" I smiled. "How about a cape?"

"Magandang ideya!" napangiti ako. "Eh kung gumawa din tayo ng kapa?"

"We can use my favorite blanket!" exclaimed Ron. His eyes sparkled.

"Pwede nating gamitin ang paborito kong kumot!" sigaw ni Ron. Kumislap ang kanyang mga mata.

We got straight to work, drawing and painting on Ron's shirt.

Nagsimula agad kaming gumawa, gumuhit at nagpinta sa damit ni Ron.

"It looks amazing! You will look like a real superhero!" I said when we finished.

"Kahanga-hanga! Magmumukha kang tunay na superhero!" sabi ko nang matapos kami.

The next morning, we met at the park and started practicing.

Nang sumunod na umaga, nagkita kami sa parke at nagsimulang magsanay.

"Today, I will teach you a few important things every superhero needs to know: The Three Superhero Rules."

"Ngayong araw, tuturuan kita ng ilang mahahalagang bagay na dapat malaman ng bawat superhero: Ang Tatlong Tuntunin ng Superhero."

We sat down on the bench and I explained the rules to Ron.

Umupo kami sa mahabang upuan at ipinaliwanag ko ang mga tuntunin kay Ron.

"Rule number one: never give up, no matter how difficult the situation gets."

"Una: huwag susuko, kahit gaano man kahirap ang sitwasyon."

"Rule number two: learn from your mistakes, so that you can do better next time."

"Ikalawa: matuto sa 'yong mga pagkakamali, upang maging mas mabuti sa susunod."

"Rule number three: always remember that you can do anything!"

"Ikatlo: palaging tandaan na kaya mong gawin ang anumang bagay!"

We worked on memorizing the rules and then headed back to my house.

Isinaulo namin ang mga tuntunin at umuwi sa bahay ko.

When we got home, we met my little brother Danny. He looked upset.

Nang kami ay makauwi, nakita namin ang aking nakababatang kapatid na si Danny. Mukhang masama ang kanyang loob.

"I can't find my favorite toy!" he cried loudly.

"Hindi ko mahanap ang aking paboritong laruan!" malakas niyang iyak.

I glanced at Ron and whispered, "This seems like a mission for a Superhero!"

Sumulyap ako kay Ron at bumulong, "Tila isa itong misyon para sa isang Superhero!"

Ron smiled and nodded. "What does the toy look like?" he asked.

Ngumiti si Ron at tumango. "Ano ang itsura ng laruan?" tanong niya.

"It's my stuffed toy, the lion, from the superhero TV show," explained Danny. "It's big and soft."

"Ito ang aking stuffed toy, ang leon, mula sa palabas na superhero sa TV," paliwanag ni Danny. "Malaki ito at malambot."

"Don't worry. We will find it," Ron assured him,
and we began our first mission.

"Huwag kang mag-alala. Hahanapin natin ito,"
paniniguro ni Ron sa kanya, at nagsimula kami sa
aming unang misyon.

We looked everywhere—in closets, beside cupboards, behind tables and under chairs. The toy was nowhere to be found.

Naghanap kami sa lahat ng dako – sa mga aparador, sa tabi ng mga platera, sa likod ng mga mesa at mga upuan. Hindi mahanap saanman ang laruan.

"You two should go look in the backyard, and I'll keep searching here," Ron suggested.

"Maghanap kayong dalawa sa likod-bahay, at patuloy akong maghahanap dito," mungkahi ni Ron.

Just as Danny and I stepped outside, we heard Ron's voice. "I found it! I found it!"

Kalalabas pa lamang namin ni Danny nang marinig namin ang boses ni Ron. "Nakita ko na! Nakita ko na!"

We ran to him and looked down at the small object in his hand.

Tumakbo kami papunta sa kanya at tiningnan ang hawak niyang maliit na bagay.

"That's not the lion I was talking about," Danny frowned. "My toy is big and soft, but this one is small and wooden."

"Hindi 'yan ang sinasabi kong leon," sumimangot si Danny. "Ang laruan ko ay malaki at malambot, ngunit ang isang ito ay maliit at gawa sa kahoy."

Ron's face fell at first, but a look of determination quickly replaced the disappointment.

Nalungkot si Ron sa umpisa, ngunit agad na napalitan ng determinasyon ang kanyang kabiguan.

"No worries," he said. "Superhero rule number one: Never give up!"

"Walang dapat ipag-alala," sabi niya. "Unang tuntunin ng superhero: Huwag susuko!"

"Rule number two," I added, "Learn from your mistakes. We are looking for a big, soft, stuffed toy."

"Ikalawa," dagdag ko, "Matuto sa 'yong mga pagkakamali. Ang hinahanap natin ay isang malaki, malambot, na stuffed toy."

"Soft and big. Got it!" Ron replied.
"Malambot at malaki. Nakuha ko!" sagot ni Ron.

"And rule number three," I said. "Who can do anything?"
"At ikatlong tuntunin," sabi ko. "Sino ang kayang gawin ang anumang bagay?"

"I'm a Superhero and I can do anything!" yelled Ron enthusiastically.
"Isa akong Superhero at kaya kong gawin ang anumang bagay!" masigasig na sigaw ni Ron.

"We have to think like superheroes," he continued.
"Kailangan nating mag-isip kagaya ng mga superhero," pagpapatuloy niya.

"If the toy is not in the house, it must be somewhere outside. It's not like it can fly away!"
"Kung ang laruan ay wala sa bahay, ito ay nasa labas. Hindi naman ito maaaring lumipad!"

Ron giggled and looked up to the sky, but suddenly froze.
Bumungisngis si Ron at tumingin sa kalangitan, ngunit agad siyang natigilan.

"What are you staring at?" I wondered, looking up also.
"Anong tinitingnan mo?" pagtataka ko habang tumitingin din pataas.

Ron pointed to the top of our big apple tree.
Itinuro ni Ron ang itaas ng aming malaking puno ng mansanas.

"Is that...?" I began to mumble.
"'Yan ba ang...?" pabulong ko.

"My toy! You found it, Ron!" Danny exclaimed.

"Ang laruan ko! Nahanap mo, Ron!" *sigaw ni Danny.*

"But how will we get it from the tree?" he added quietly.

"Pero paano natin ito makukuha mula sa puno?" *tahimik niyang dagdag.*

"Ron can get it easily," I said. "He can use his powers—his sticky hands and super long jumps."

"Madali lang 'yan kay Ron," *sabi ko.* "Maaari niyang gamitin ang kanyang mga kapangyarihan – ang kanyang malalagkit na mga kamay at ang kanyang napakahabang talon."

Ron took a deep breath and began climbing the tree, jumping from branch to branch.

Huminga ng malalim si Ron at nagsimulang akyatin ang puno, tumatalon mula sa isang sanga patungo sa isa pa.

He reached the toy and very soon, got down and handed it to my brother.

Naabot niya ang laruan at hindi nagtagal ay nakababa at iniabot ito sa aking kapatid.

"You're my hero!" Danny laughed and gave Ron a big hug.

"Ikaw ang aking bayani!" tumawa si Danny at binigyan si Ron ng isang malaking yakap.

"Actually, Maya is the real hero," Ron corrected him. "She taught me everything I know!"

"Ang totoo niyan, si Maya ang tunay na bayani," pagtutuwid ni Ron sa kanya. "Itinuro niya sa akin ang lahat ng nalalaman ko!"

That day we learned that even if we're not the superheroes from the movies, we're smart and strong and can do anything we want!

Nang araw na 'yon natutunan namin na kahit hindi kami tulad ng mga superhero sa mga pelikula, matatalino kami at malalakas at kayang gawin anuman ang gustuhin namin!

And remember, you are a Superhero too!

At tandaan, ikaw ay isa ring Superhero!